Ulrich Renz · Marc Robitzky

Bầy chim thiên nga

I cigni selvatici

Truyện tranh song ngữ dựa theo truyện cổ tích của

Hans Christian Andersen

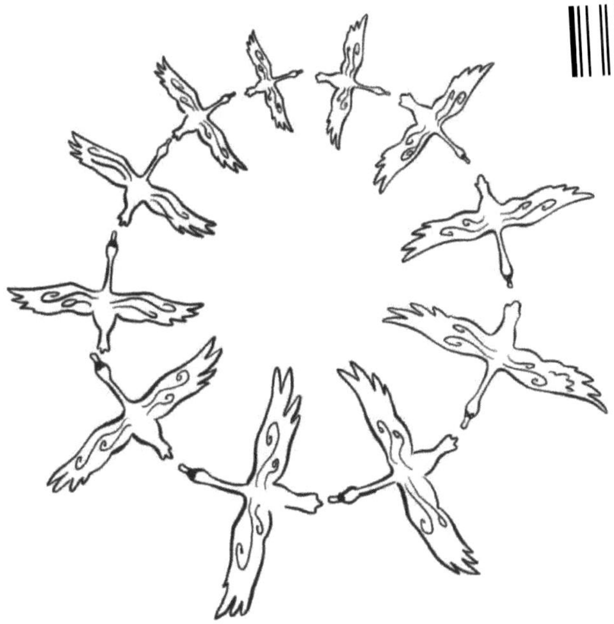

Bản dịch:

Thi Thu Trang Nguyen (tiếng Việt)

Emanuele Cattani, Clara Galeati (t. Ý)

Âm thanh và video:

www.sefa-bilingual.com/bonus

Mật khẩu để truy cập miễn phí:

tiếng Việt: **Xin lỗi, sách nói hoặc video chưa có bằng ngôn ngữ này. (Sorry, audio or video not yet available.)**

t. Ý: **WSIT1829**

Chúng tôi đang nỗ lực cung cấp cho bạn càng nhiều sách song ngữ càng tốt dưới dạng sách nói và video. Chúng tôi mong bạn kiên nhẫn nếu chưa có phiên bản âm thanh hoặc video nào bằng ngôn ngữ của bạn! Bạn có thể cập nhật tiến độ công việc của chúng tôi trên trang web của chúng tôi:
www.sefa-bilingual.com/languages

Ngày xửa ngày xưa, ở một vương quốc xa xôi nọ có mười một hoàng tử và một nàng công chúa, Elisa. Họ sống hạnh phúc trong một toà lâu đài đẹp lộng lẫy.

C'erano una volta dodici figli di un re – undici fratelli ed una sorella più grande, Elisa. Vivevano felici in un bellissimo castello.

Một thời gian sau khi Hoàng hậu mất, nhà Vua đã lấy vợ khác. Hoàng hậu mới là một mụ phù thuỷ độc ác. Mụ đã biến mười một hoàng tử thành những con thiên nga trắng và đuổi chúng đi thật xa ra khỏi bìa rừng của vương quốc.

Un giorno la madre morì, e poco tempo dopo il re si risposò. La nuova moglie però era una strega cattiva. Con un incantesimo, trasformò gli undici principi in cigni e li mandò molto lontano, in un Paese al di là della grande foresta.

Mụ đã cho Elisa mặc quần áo rách rưới và bôi kem bẩn lên mặt nàng, đến nỗi cha nàng không nhận ra nàng và ông đã đuổi nàng ra khỏi lâu đài. Elisa chạy vào rừng trong bóng tối.

Vestì la ragazza di stracci e le spalmò sul volto un orribile unguento, tanto che nemmeno il padre riuscì più a riconoscerla e la cacciò dal castello. Elisa corse nella foresta tenebrosa.

Bây giờ Elisa chỉ có một mình và nàng nhớ các em trai của mình sau khi họ bị mụ phù thuỷ đuổi đi.

Ora era completamente sola, e desiderava con tutto il cuore rivedere i suoi fratelli scomparsi. Quando venne la sera, si fece un letto di muschio sotto un albero.

Sáng sớm hôm sau nàng đi đến một hồ nước tĩnh lặng và soi mình trong đó. Nàng đã hoảng hốt khi nhìn thấy bóng mình trong mặt nước. Sau khi gội rửa sạch sẽ, Elisa là nàng công chúa đẹp nhất dưới ánh nắng mặt trời.

La mattina dopo giunse ad un lago calmo, e rimase sconcertata nel vedere il proprio riflesso nell'acqua. Ma appena si pulì, divenne la più bella principessa sulla faccia della terra.

Sau nhiều ngày Elisa đã đến được bãi biển lớn. Trên sóng biển dập dềnh có mười một chiếc lông chim thiên nga.

Molti giorni dopo, Elisa raggiunse il grande mare. Tra le onde, oscillavano undici piume di cigno.

Khi hoàng hôn buông xuống, có tiếng ồn ào trong không trung và mười một con thiên nga hạ cánh xuống mặt biển. Elisa nhận ra ngay lập tức đó là các em trai của mình. Vì các em nàng nói tiếng của thiên nga, nên nàng không thể hiểu được các em nàng nói gì.

Quando il sole tramontò, ci fu un fruscio nell'aria, e undici cigni si posarono sull'acqua. Elisa riconobbe immediatamente i propri fratelli stregati. Ma dato che parlavano la lingua dei cigni, lei non li poté capire.

Ban ngày các em nàng bay đi kiếm ăn, tối đến họ quây quần bên chị gái mình trong một cái hang.

Một đêm nọ Elisa được Mẹ báo mộng: Mẹ nói cho Elisa biết cách để nàng giải thoát cho các em trai. Nàng phải đan cho mỗi em một chiếc áo từ cây tầm ma và tung áo lên cho các em mặc. Cho đến lúc đan xong áo nàng không được nói một từ nào cả, nếu nàng nói thì các em của nàng sẽ phải chết.
Elisa bắt tay ngay vào công việc đan áo. Mặc dù tay nàng bị xưng phồng lên và đau đớn vì cây tầm ma, nhưng nàng vẫn tiếp tục đan áo không mệt mỏi.

Durante il giorno i cigni volavano via, e la notte si accoccolavano tutti assieme alla sorella in una grotta. Una notte, Elisa fece uno strano sogno. Sua madre le disse come avrebbe potuto liberare i suoi fratelli. Avrebbe dovuto tessere delle camicie di ortiche per ognuno di loro e poi lanciargliele. Fino a quel momento però, non le era concesso dire una sola parola, altrimenti i suoi fratelli sarebbero morti. Elisa si mise immediatamente al lavoro. Sebbene le mani le bruciassero, continuò a tessere senza stancarsi.

Một ngày nọ từ xa có tiếng tù và của đoàn người đi săn. Một chàng hoàng tử và đoàn tuỳ tùng của mình cưỡi ngựa và chẳng bao lâu sau họ đã đứng trước nàng. Khi hoàng tử và Elisa nhìn vào mắt nhau, họ đã có cảm tình với nhau.

Un giorno, si sentirono corni da caccia in lontananza. Un principe venne cavalcando con il suo seguito e presto le fu di fronte. Non appena i due si guardarono negli occhi, si innamorarono.

Hoàng tử đặt nàng lên yên ngựa và cưỡi ngựa về cung.

Il principe fece salire Elisa sul cavallo e la condusse al proprio castello.

Vị tổng giáo chủ trong cung là người không bằng lòng về việc xuất hiện của cô gái câm xinh đẹp ở trong cung. Lão muốn con gái của lão trở thành vợ của hoàng tử.

Il potente tesoriere fu tutto fuorché felice dell'arrivo della principessa muta. La propria figlia sarebbe dovuta diventare la sposa del principe.

Elisa không thể quên được các em trai của mình. Mỗi tối nàng lại tiếp tục đan áo từ cây tầm ma. Một tối nọ nàng đi đến nghĩa địa để lấy cây tầm ma tươi. Vị tổng giáo chủ đã bí mật theo dõi nàng.

Elisa non si era dimenticata dei suoi fratelli. Ogni sera continuava il suo lavoro sulle camicie. Una notte uscì per andare al cimitero a cogliere delle ortiche fresche. Il tesoriere la osservò di nascosto.

Khi hoàng tử đi săn, vị tổng giám mục đã vứt Elisa vào ngục giam. Lão bịa đặt rằng, Elisa là một mụ phù thuỷ và nàng gặp gỡ các mụ phù thuỷ khác mỗi đêm.

Non appena il principe partì per una battuta di caccia, il tesoriere gettò Elisa nelle segrete. Affermò che fosse una strega che si incontrava con altre streghe durante la notte.

Vào tờ mờ sáng Elisa được viên cai ngục dẫn đi. Nàng sẽ phải chết trên giàn thiêu.

All'alba, Elisa venne presa da delle guardie, per venir poi bruciata nella piazza del mercato.

Khi nàng vừa tới giàn thiêu, thì bỗng nhiên mười một con thiên nga trắng bay tới. Nhanh chóng Elisa tung lên cao cho mỗi con thiên nga một chiếc áo được đan từ cây tầm ma. Trong nháy mắt đàn thiên nga đã biến thành người và đứng trước nàng. Riêng hoàng tử út còn lại một cánh thiên nga thay cánh tay, vì chiếc áo của chàng chưa được đan hoàn chỉnh.

Non appena fu lì, arrivarono undici cigni bianchi volando. Elisa lanciò rapidamente una camicia a ciascuno di loro. Poco dopo, tutti i suoi fratelli si trovarono dinanzi a lei con sembianze umane. Solo il più piccolo, la cui camicia non era stata del tutto completata, mantenne un'ala al posto di un braccio.

Trong khi Elisa và các em còn chưa hết mừng vui thì hoàng tử đi săn đã trở về. Cuối cùng Elisa có thể giải thích tất cả cho chàng nghe. Hoàng tử đã ném vị tổng giáo chủ xấu xa vào trong ngục giam. Và đám cưới của họ được diễn ra trong bảy ngày dài.

Và họ sống hạnh phúc mãi mãi về sau.

I fratelli si stavano ancora baciando e abbracciando quando arrivò il principe. Finalmente Elisa gli poté spiegare tutto. Il principe fece rinchiudere il tesoriere malvagio nelle segrete. Dopodiché, si celebrò il matrimonio per sette giorni.

E vissero tutti felici e contenti.

Hans Christian Andersen

Hans Christian Andersen was born in the Danish city of Odense in 1805, and died in 1875 in Copenhagen. He gained world fame with his literary fairy-tales such as „The Little Mermaid“, „The Emperor’s New Clothes“ and „The Ugly Duckling“. The tale at hand, „The Wild Swans“, was first published in 1838. It has been translated into more than one hundred languages and adapted for a wide range of media including theater, film and musical.

Bạn có thích vẽ không?

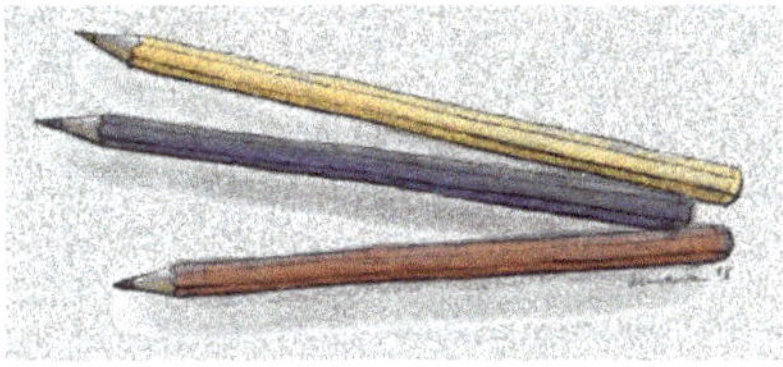

Dưới đây là các hình ảnh từ câu chuyện đến màu sắc trong:

www.sefa-bilingual.com/coloring

► Độ tuổi khuyến nghị: từ 2 tuổi

Tim không thể ngủ được. Con chó sói nhỏ đã biến mất! Có thể cậu bé đã để quên nó ở ngoài sân chơi?
Một mình Tim đi tìm sói nhỏ trong đêm và không ngờ lại gặp nhiều bạn khác…

Có sẵn bằng ngôn ngữ của bạn?

► Kiểm tra tại đây:

www.sefa-bilingual.com/languages

► Recommended age: 2-3 and up

Lulu can't fall asleep. All her cuddly toys are dreaming already – the shark, the elephant, the little mouse, the dragon, the kangaroo, and the lion cub. Even the bear has trouble keeping his eyes open ...
Hey bear, will you take me along into your dream?
Thus begins a journey for Lulu that leads her through the dreams of her cuddly toys – and finally to her own most beautiful dream.

Có sẵn bằng ngôn ngữ của bạn?

► Kiểm tra tại đây:

www.sefa-bilingual.com/languages

www.sefa-verlag.de

Special thanks to: Paul Bödeker, Freiburg, Germany

ISBN: 9783739985152

www.sefa-bilingual.com

www.ingramcontent.com/pod-product-compliance
Lightning Source LLC
LaVergne TN
LVHW070601061026
849580LV00018B/2781